ಕನಕಧಾರಾ ಸ್ತೋತ್ರಂ

ಹಾಗೂ

ದಕ್ಷಿಣಾಮೂರ್ತಿ ಸ್ತೋತ್ರಂ

(ಸಂಸ್ಕೃತ ಶ್ಲೋಕ   ಹಾಗೂ   ಕನ್ನಡದ ಪದ್ಯರೂಪ)

ಸಂಸ್ಕೃತ ಶ್ಲೋಕ : ಶ್ರೀ ಶ್ರೀ ಆದಿ ಶಂಕರಾಚಾರ್ಯರು

ಕನ್ನಡದ ಪದ್ಯ ರೂಪ : ನಾಗರಾಜ ಕ್ಯಾಸನೂರು

ಪರಿವಿಡಿ

ಕನಕಧಾರಾ ಸ್ತೋತ್ರಂ

(ಸಂಸ್ಕೃತ ಶ್ಲೋಕ ಹಾಗೂ ಕನ್ನಡದ ಪದ್ಯರೂಪ)

ಸಂಸ್ಕೃತ ಶ್ಲೋಕ : ಶ್ರೀ ಶ್ರೀ ಆದಿ ಶಂಕರಾಚಾರ್ಯರು

ಕನ್ನಡದ ಪದ್ಯ ರೂಪ : ನಾಗರಾಜ ಕ್ಯಾಸನೂರು

ಕನಕಧಾರಾ ಸ್ತೋತ್ರಂ

ಅಂಗಂ ಹರೇಃ ಪುಲಕಭೂಷಣಮಾಶ್ರಯಂತೀ
ಭೃಂಗಾಂಗನೇವ ಮುಕುಲಾಭರಣಂ ತಮಾಲಮ್ |
ಅಂಗೀಕೃತಾಖಿಲ ವಿಭೂತಿರಪಾಂಗಲೀಲಾ
ಮಾಂಗಲ್ಯದಾಸ್ತು ಮಮ ಮಂಗಲದೇವತಾಯಾಃ ||

ಭೃಂಗಗಳರೆತೆರೆದ ತಮಾಲ ಹೂವಲಂಕರಿಸಿದವೊಲು
ರಂಗನಂಗವ ಪುಳಕಿತಭೂಷಣಳಾಗಾಶ್ರಯಿಸಿ ನೀ
ಕಂಗಳ ಕಡೆನೋಟದ ಲೀಲೆಯಲಖಿಲ ಸಂಪದವೀವೆ
ಮಂಗಳವನೆನ್ನ ಬಾಳಲಿ ಬೆಳಗು ಹೇ ಮಂಗಳದೇವಿ ||

ಮುಗ್ಧಾ ಮುಹುರ್ವಿದಧತೀ ವದನೇ ಮುರಾರೇಃ
ಪ್ರೇಮತ್ರಪಾಪ್ರಣಿಹಿತಾನಿ ಗತಾಗತಾನಿ |

ಮಾಲಾ ದೃಶೋರ್ಮಧುಕರೀವ ಮಹೋತ್ಪಲೇ ಯಾ
ಸಾ ಮೇ ಶ್ರಿಯಂ ದಿಶತು ಸಾಗರಸಂಭವಾಯಾಃ ||

ಅರಳಿದಿಂದೀವರವ ಮಧುಕರವೃಂದ ಸುತ್ತುವಂತೆ
ಮರಮರಳಿ ಲಜ್ಜಾಪ್ರೇಮಪೂರಿತರಲು ಕಂಗಳಿಂದ
ಮುರಾರಿಯ ಮೊಗದೆಡೆ ಮುಗ್ಧಳಾಗಿ ನೀ ಬೀರುವೆ ನೋಟ
ಸಿರಿಸೂಸುವ ದಿಟ್ಟಿಯ ಹರಿಸೆನ್ನೆಡೆ ಸಾಗರಸಂಭವೆ ||

ಆಮೀಲಿತಾಕ್ಷಮಧಿಗಮ್ಯ ಮುದಾ ಮುಕುಂದಮ್
ಆನಂದಕಂದಮನಿಮೇಷಮನಂಗತಂತ್ರಮ್ |
ಆಕೇಕರಸ್ಥಿತಕನೀನಿಕಪಕ್ಷ್ಮ ನೇತ್ರಂ
ಭೂತ್ಯೈ ಭವೇನ್ಮಮ ಭುಜಂಗಶಯಾಂಗನಾಯಾಃ ||

ಅಕ್ಷಿಗಳನು ಮುಚ್ಚಿ ಮುದದಿಂದಲಿ ಮಲಗಿರಲು ಮುಕುಂದ
ಪಕ್ಕದೆಡೆ ಮಾಲಿಸಿ ನಿಂತ ರೆಪ್ಪೆ-ಕಣ್ಣಾಲಿಗಳಿಂದ
ಇಕ್ಕದಂತೆವೆಯ ಮೋಹದಲಿ ನೋಡುತಾನಂದದಲಿಹ
ಅಕ್ಷಿಗಳಲೀಕ್ಷಿಸೆನ್ನ ಹೇ ಭುಜಂಗಶಯನನಂಗನೆ ||

ಬಾಹ್ಯಂತರೇ ಮಧುಜಿತಃ ಶ್ರಿತಕೌಸ್ತುಭೇ ಯಾ
ಹಾರಾವಲೀವ ಹರಿನೀಲಮಯೀ ವಿಭಾತಿ |
ಕಾಮಪ್ರದಾ ಭಗವತೋಽಪಿ ಕಟಾಕ್ಷಮಾಲಾ
ಕಲ್ಯಾಣಮಾವಹತು ಮೇ ಕಮಲಾಲಯಾಯಾಃ ||

ಕೌಸ್ತುಭಧಾರಿ ಮಧುಸೂದನನ ಬಾಹುಗಳ ನಡುವಿರುತ
ಎಸೆವ ಹರಿನೀಲಮಯಿ ಹಾರಾವಳಿಯಂತೆ ತೋರುತಿಹೆ
ವಾಸುದೇವಗೂ ಕಾಮಪ್ರದ ತವ ಕಟಾಕ್ಷಮಾಲೆಯು
ತುಸುವಿತ್ತ ಹರಿದು ಕಲ್ಯಾಣವ ತರಲಿ ಹೇ ಕಮಲಾಲಯೆ ||

ಕಾಲಾಂಬುದಾಲಿಲಲಿತೋರಸಿ ಕೈಟಭಾರೇಃ
ಧಾರಾಧರೇ ಸ್ಫುರತಿ ಯಾ ತಟಿದಂಗನೇವ |
ಮಾತುಃ ಸಮಸ್ತಜಗತಾಂ ಮಹನೀಯಮೂರ್ತಿಃ
ಭದ್ರಾಣಿ ಮೇ ದಿಶತು ಭಾರ್ಗವನಂದನಾಯಾಃ ||

ಮಳೆಗಾಲದಾಗಸದಿ ಹೊಳೆವ ವಿದ್ಯುಲ್ಲತೆಯಂತೆ ನೀ
ಕಾಲಮೇಘದ ತೆರದ ಕೈಟಭಾರಿಯಲಿ ಶೋಭಿಸುವೆ
ಎಲ್ಲ ಜಗದಲಿ ಮಹನೀಯಮೂರುತಿ ನೀ ಹೇ ಮಾತೆ
ಸಲುವಂತೆ ಶುಭವೆನಗೆ ಒಲಿಯೆ ನೀ ಭಾರ್ಗವನಂದನೇ ||

ಪ್ರಾಪ್ತಂ ಪದಂ ಪ್ರಥಮತಃ ಖಲು ಯತ್ಪ್ರಭಾವಾತ್
ಮಾಂಗಲ್ಯಭಾಜಿ ಮಧುಮಾಥಿನಿ ಮನ್ಮಥೇನ |
ಮಯ್ಯಾಪತೇತ್ತದಿಹ ಮಂಥರಮೀಕ್ಷಣಾರ್ಧಂ
ಮಂದಾಲಸಂ ಚ ಮಕರಾಲಯಕನ್ಯಕಾಯಾಃ ||

ಮೊದಲಾರ ಪ್ರಭಾವದಲಿ ಮನ್ಮಥನಿಗೆ ಮಂಗಲಮಯ
ಮಧುಮಥನನ ಪದಪ್ರಾಪ್ತವಾಯಿತೋ ಆ ನಿನ್ನ

ಮೃದು ನೋಟ - ಅರೆತೆರೆದಿರುವ ಮಂದಾಲಸ ಕಂಗಳಿಂದ-
ಸದಯದಿಂದಲೊದಗಲೆನಗೆ ಹೇ ಮಕರಾಲಯಕನ್ನಿಕೆ ||

ವಿಶ್ವಾಮರೇಂದ್ರಪದವಿಭ್ರಮದಾನದಕ್ಷಮ್
ಆನಂದಹೇತುರಧಿಕಂ ಮುರವಿದ್ವಿಷೋಪಿ |
ಈಷನ್ನಿಷೀದತು ಮಯಿ ಕ್ಷಣಮೀಕ್ಷಣಾರ್ಥಂ
ಇಂದೀವರೋದರಸಹೋದರಮಿಂದಿರಾಯಾಃ ||

ಕೊಡಲುಬಲ್ಲೆ ನೀ ಲೋಕವೆಲ್ಲದರಮರೇಂದ್ರ ಪದವಿ
ನೀಡಬಲ್ಲೆ ಮುರವೈರಿಗೂ ನೀ ಅಧಿಕಾನಂದವನು
ಬೇಡುವೆನು ತವ ಅರೆಕ್ಷಣದನುಗ್ರಹ ನೋಟವ ಬೀರಿ
ನೋಡೆನ್ನ ಇಂದೀವರ ತೆರದ ಸುಂದರ ಕಂಗಳಲಿ ||

ಇಷ್ಟಾ ವಿಶಿಷ್ಟಮತಯೋಪಿ ಯಯಾ ದಯಾರ್ದ್ರ
ದೃಷ್ಟ್ಯಾ ತ್ರಿವಿಷ್ಟಪಪದಂ ಸುಲಭಂ ಲಭಂತೇ |
ದೃಷ್ಟಿಃ ಪ್ರಹೃಷ್ಟಕಮಲೋದರದೀಪ್ತಿರಿಷ್ಟಾಂ
ಪುಷ್ಟಿಂ ಕೃಷೀಷ್ಟ ಮಮ ಪುಷ್ಕರವಿಷ್ಟರಾಯಾಃ ||

ವಿಶಿಷ್ಟ ಇಷ್ಟಗಳು ಕೂಡ ನಿನ್ನ ದಯಾರ್ದ್ರವಾದಂಥ
ದೃಷ್ಟಿಯಿಂದಲಿ ಸುಲಭದಲಿ ಲಭಿಸುವುವೆಲ್ಲ ಪದವಿಗಳು
ದೃಷ್ಟಿ ನಿನ್ನದು ಕಮಲೋದರ ದೀಪ್ತಿ ಹೊಂದಿ ಶೋಭಿಪುದು
ಪುಷ್ಟಿಯನೆನಗೆ ದಯಪಾಲಿಸಲಿ ಪುಷ್ಕರಾಸನೆ ತಾಯಿ ||

ದದ್ಯಾದ್ದಯಾನುಪವನೋ ದ್ರವಿಣಾಂಬುಧಾರಾಂ
ಅಸ್ಮಿನ್ನಕಿಂಚನವಿಹಂಗಶಿಶೌ ವಿಷಣ್ಣೇ |
ದುಷ್ಕರ್ಮಘರ್ಮಮಪನೀಯ ಚಿರಾಯ ದೂರಂ
ನಾರಾಯಣ ಪ್ರಣಯಿನೀ ನಯನಾಂಬುವಾಹಃ ||

ಕಾರುಣ್ಯ ತಂಬೆಲರನೆರೆದು ಹರಿಸು ದ್ರವಿಣದ ಧಾರೆ
ಮರಿಹಕ್ಕಿಯಿದು ತಾ ಬಡತನದ ಬೇಗೆಯಲಿ ಬಳಲಿಹುದು
ದೂರ ಮಾಡೀ ದುಷ್ಕರ್ಮದೀ ಧಗೆಯ ಶಾಶ್ವತವಾಗಿ
ನಾರಾಯಣ ಪ್ರಣಯಿನಿ ದಯಾದೃಷ್ಟಿಧಾರೆಯ ಹರಿಸು ||

ಗೀರ್ದೇವತೇತಿ ಗರುಡಧ್ವಜಸುಂದರೀತಿ
ಶಾಕಂಭರೀತಿ ಶಶಿಶೇಖರವಲ್ಲಭೇತಿ |
ಸೃಷ್ಟಿಸ್ಥಿತಿಪ್ರಲಯಕೇಲಿಷು ಸಂಸ್ಥಿತಾಯ್ಯ
ತಸ್ಯೈ ನಮಸ್ತ್ರಿಭುವನೈಕಗುರೋಸ್ತರುಣ್ಯೈ ||

ಗೀರ್ದೇವಿಯಾಗಿ ನೀನು, ಶಾಖಾಂಬರಿಯೂ ನೀನಾಗಿ
ಗರುಡಧ್ವಜ-ಸುಂದರೀ, ಶಶಿಶೇಖರ-ವಲ್ಲಭೆಯಾಗಿ
ನಿರತಳಾಗಿಹೆ ಸೃಷ್ಟಿ-ಸ್ಥಿತಿ-ಪ್ರಳಯದಾಟದಲಿ
ಶಿರಬಾಗಿ ನಮಿಪೆ ನಾ ತ್ರಿಭುವನದೇಕ ಗುರುವಿನ ತರುಣಿ ||

ನಮೋ ಶ್ರುತಿಸ್ವರೂಪಿಣಿ ಶುಭಕರ್ಮಫಲದಾಯಿನಿ

ನಮೋ ರತಿರೂಪಿಣಿ ರಮಣೀಯ ಗುಣಾರ್ಣವ ದೇವಿ

ನಮೋ ಶಕ್ತಿರೂಪಿಣಿ ಶತಪತ್ರನಿಕೇತನೆಯೇ

ನಮೋ ಪುಷ್ಟಿರೂಪಿಣಿ ಹೇ ಪುರುಷೋತ್ತಮವಲ್ಲಭೆ ||

ನಮೋ ನಮೋ ಅರವಿಂದ ವದನೇ

ನಮೋ ಹಾಲಿನ ಕಡಲ ಸಂಜಾತೆ

ನಮೋ ಸೋಮ-ಸುಧೆಗಳಿಗೆ ಸೋದರಿ

ನಮೋ ನಾರಾಯಣನ ವಲ್ಲಭೆಯೆ ||

ನಮೋಸ್ತು ದೇವಾದಿದಯಾಪರಾಯ್ಯೈ
ನಮೋಸ್ತು ಶಾಙ್ರ್ಗಾಯುಧವಲ್ಲಭಾಯ್ಯೈ ||

ನಮೋ ಕನಕಕಮಲ ಪೀಠದವಳೆ

ನಮೋ ಭೂಮಂಡಲಕೆಲ್ಲ ಒಡತಿ

ನಮೋ ದೇವತೆಗಳ ದಯಾಪರಳೆ

ನಮೋ ಶಾಙ್ರ್ಗಾಯುಧನ ವಲ್ಲಭೆಯೆ ||

ನಮೋಸ್ತು ದೇವ್ಯೈ ಭೃಗುನಂದನಾಯ್ಯೈ
ನಮೋಸ್ತು ವಿಷ್ಣೋರುರಸಿ ಸ್ಥಿತಾಯ್ಯೈ |
ನಮೋಸ್ತು ಲಕ್ಷ್ಮ್ಯೈ ಕಮಲಾಲಯಾಯ್ಯೈ
ನಮೋಸ್ತು ದಾಮೋದರವಲ್ಲಭಾಯ್ಯೈ ||

ನಮೋ ದೇವಿಯೇ ಭೃಗುನಂದನೇ

ನಮೋ ವಿಷ್ಣುಹೃದಯವಾಸಿನಿಯೇ

ನಮೋ ಕಮಲಾಲಯೇ ಲಕ್ಷ್ಮಿಯೇ

ನಮೋ ದಾಮೋದರನ ವಲ್ಲಭೆಯೇ ||

ನಮೋಸ್ತು ಕಾಂತ್ಯೈ ಕಮಲೇಕ್ಷಣಾಯ್ಯೈ
ನಮೋಸ್ತು ಭೂತ್ಯೈ ಭುವನಪ್ರಸೂತ್ಯೈ |
ನಮೋಸ್ತು ದೇವಾಧಿಭಿರರ್ಚಿತಾಯ್ಯೈ
ನಮೋಸ್ತು ನಂದಾತ್ಮಜವಲ್ಲಭಾಯ್ಯೈ ||

ನಮೋ ಕಾಂತಿಯೇ ಕಮಲಾಕ್ಷಿಯೇ

ನಮೋ ಹೇ ದಾಯಿನಿ ಭುವನಜನನಿ

ನಮೋ ದೇವತೆಗಳಿಂ ಪೂಜಿತಳೆ

ನಮೋ ನಂದಾತ್ಮಜನ ವಲ್ಲಭೆಯಿ ||

ಸಂಪತ್ಕರಾಣಿ ಸಕಲೇಂದ್ರಿಯನಂದನಾನಿ

ಸಾಮ್ರಾಜ್ಯದಾನವಿಭವಾನಿ ಸರೋರುಹಾಕ್ಷಿ |

ತ್ವದ್ವಂದನಾನಿ ದುರಿತಾಹರಣೋದ್ಯತಾನಿ

ಮಾಮೇವ ಮಾತರನಿಶಂ ಕಲಯಂತು ಮಾನ್ಯೇ ||

ಸಂಪದಕಾರಿಣಿ ಸಕಲ ಇಂದ್ರಿಯಕಾನಂದದಾಯಿನಿ

ಸಾಮ್ರಾಜ್ಯವನು ಕರುಣಿಸಬಲ್ಲ ಕಮಲಾಕ್ಷಿ, ಹೇ ತಾಯಿ

ವಂದಿಸಲು ನಿನಗೆ ದುರಿತಗಳ ಹರಿಸೆ ಧಾವಿಸುವವಳೇ

ಎಂದೆಂದೂ ನಿನ್ನ ಸೇವಿಸುವಂತೆ ಮಾತೆಯೇ ಹರಸು ||

ಯತ್ಕಟಾಕ್ಷಸಮುಪಾಸನಾವಿಧಿಃ

ಸೇವಕಸ್ಯ ಸಕಲಾರ್ಥಸಂಪದಃ |

ಸಂತನೋತಿ ವಚನಾಂಗಮಾನಸೈಃ

ತ್ವಾಂ ಮುರಾರಿಹೃದಯೇಶ್ವರೀಂ ಭಜೇ ||

ನಿನ್ನ ಕಟಾಕ್ಷದ ಉಪಾಸನೆಯನು ವಿಧಿಪೂರ್ವಕಗೈಯ

ತಂದುಕೊಡುವೆ ಸೇವೆಗೈಯುವಗೆ ಸಕಲಾರ್ಥ ಸಂಪದವ

ಎನ್ನಯ ವಚನಾಂಗಮಾನಸಗಳನೆಲ್ಲ ಒಂದಾಗಿಸಿ
ತನ್ಮಯದಿ ಭಜಿಸುವೆ ನಿನ್ನ ಮುರಾರಿಹೃದಯೇಶ್ವರೀ ||

ಸರಸಿಜನಿಲಯೇ ಸರೋಜಹಸ್ತೇ
ಧವಲತಮಾಂಶುಕಗಂಧಮಾಲ್ಯಶೋಭೇ |
ಭಗವತಿ ಹರಿವಲ್ಲಭೇ ಮನೋಜ್ಞೇ
ತ್ರಿಭುವನಭೂತಿಕರಿ ಪ್ರಸೀದ ಮಹ್ಯಮ್ ||

ಕಮಲವಾಸಿನೀ ಹೇ ಕಮಲಹಸ್ತೇ ತಾಯಿ
ವಿಮಲ ಧವಳವಸ್ತ್ರ, ಗಂಧಮಾಲಾಧರೆಯೇ
ಅಂಬೆ ಭಗವತಿ, ಹರಿಸತಿ, ಮನೋಜ್ಞೆ, ನೀನೀವೆ
ಸಂಪದವ ತ್ರಿಭುವನಕೆ, ಪ್ರಸನ್ನಗೊಳೆನ್ನಲಿ ||

ದಿಗ್ಗಸ್ತಿಭಿಃ ಕನಕಕುಂಭಮುಖಾವಸೃಷ್ಟ
ಸ್ವರ್ವಾಹಿನೀವಿಮಲಚಾರುಜಲಪ್ಲುತಾಂಗೀಮ್ |
ಪ್ರಾತರ್ನಮಾಮಿ ಜಗತಾಂ ಜನನೀಮಶೇಷ
ಲೋಕಾಧಿನಾಥಗೃಹಿಣೀಮಮೃತಾಬ್ಧಿಪುತ್ರೀಮ್ ||

ಸ್ವರ್ಗಲೋಕದಿಂ ಹರಿವ ವಿಮಲ ಚಾರು ಜಲವನು ನಿನಗೆ
ದಿಗ್ಗಜಗಳು ಕನಕಕುಂಭಗಳಿಂ ಸುರಿದು ಮೀಯಿಸುವುವು
ಜಗದನಂತಜನನಿ ನಮಿಸುವೆನು ನಿನ್ನಡಿಗೆ ಮುಂಜಾನೆ
ಜಗದಾಧಿನಾಥಗೃಹಿಣಿ, ಹೇ ಅಮೃತಾಬ್ಧಿಪುತ್ರೀ ||

ಕಮಲೇ ಕಮಲಾಕ್ಷವಲ್ಲಭೇತ್ವಂ
ಕರುಣಾಪೂರತರಂಗಿತೈರಪಾಂಗೈಃ |
ಅವಲೋಕಯ ಮಾಮಕಿಂಚನಾನಾಂ
ಪ್ರಥಮಂ ಪಾತ್ರಮಕೃತ್ರಿಮಂ ದಯಾಯಾಃ ||

ಕಮಲೆಯೇ, ಕಮಲಾಕ್ಷವಲ್ಲಭೆಯೆ ನೀನು
ತುಂಬಿ ಕರುಣೆಯ ತರಂಗಗಳ ಕಟಾಕ್ಷಗಳಲಿ
ಅಂಬೆ, ಈ ಕಡು ನಿರ್ಗತಿಕನನ್ನು ನೀ ನೋಡು
ಹೊಂದಲು ನಿನ್ನಮಿತ ದಯೆ ನಾ ಪ್ರಥಮ ಪಾತ್ರ ||

ಸ್ತುವಂತಿ ಯೇ ಸ್ತುತಿಭಿರಮೀಭಿರನ್ವಹಂ
ತ್ರಯೀಮಯೀಂ ತ್ರಿಭುವನಮಾತರಂ ರಮಾಮ್ |
ಗುಣಾಧಿಕಾ ಗುರುತರಭಾಗ್ಯಭಾಗಿನೋ
ಭವಂತಿ ತೇ ಭುವಿ ಬುಧಭಾವಿತಾಶಯಾಃ ||

ಮೂರು ವೇದಗಳ ಸಾಕಾರ, ತ್ರಿಭುವನ ಮಾತೆ ರಮೆಯ
ಯಾರು ಈ ಸ್ತೋತ್ರದಿಂದಲಿ ಪ್ರತಿದಿನವೂ ಸ್ತುತಿಸುವರೋ
ಗುರುತರ ಭಾಗ್ಯಗಳ ಜತೆ ಸದ್ಗುಣಗಳನವರು ಹೊಂದಿ
ಅರಿವು ಜಾಗ್ರತಗೊಂಡು ಬುಧರಾಗಿ ಬಾಳ್ವರು ಭುವಿಯಲಿ||

|| ಇತಿ ಶ್ರೀಮಚ್ಛಂಕರಾಚಾರ್ಯಕೃತ
ಶ್ರೀಕನಕಧಾರಾಸ್ತೋತ್ರಂ ಸಂಪೂರ್ಣಂ ||

ದಕ್ಷಿಣಾಮೂರ್ತಿ ಸ್ತೋತ್ರಂ

(ಸಂಸ್ಕೃತ ಶ್ಲೋಕ   ಹಾಗೂ   ಕನ್ನಡದ ಪದ್ಯರೂಪ)

ಸಂಸ್ಕೃತ ಶ್ಲೋಕ : ಆದಿ ಶಂಕರಾಚಾರ್ಯರು

ಕನ್ನಡದ ಪದ್ಯ ರೂಪ : ನಾಗರಾಜ ಕ್ಯಾಸನೂರು

ಓಂ ಶ್ರೀ

॥ ಶಾಂತಿ ಪಾಠ ॥

ಓಂ ಯೋ ಬ್ರಹ್ಮಾಣಂ ವಿದಧಾತಿ ಪೂರ್ವಂ
ಯೋ ವೈ ವೇದಾಂಶ್ಚ ಪ್ರಹಿಣೋತಿ ತಸ್ಮೈ |
ತಂಹದೇವಮಾತ್ಮ ಬುದ್ಧಿಪ್ರಕಾಶಂ
ಮುಮುಕ್ಷುರ್ವೈ ಶರಣಮಹಂ ಪ್ರಪದ್ಯೇ ||

ಯಾರು ಪೂರ್ವದಲಿ ಬ್ರಹ್ಮನನು ಸೃಜಿಸುತಲಿ
ತೋರಿದರೋ ಜಗಕೆ ವೇದಗಳನು ನೀಡುತಲಿ
ಅರಿವಿಗಾತ್ಮಕೆ ಸ್ಫುರಿಸಿ ಹೊಳೆವ ಆ ದೈವಕ್ಕೆ
ಶರಣಾಗುವೆನು ನಮಿಸಿ ಬಯಸಿ ಮುಕ್ತಿಯ ಪದಕೆ ||

॥ ಧ್ಯಾನ ಶ್ಲೋಕಗಳು ॥

ಓಂ ಮೌನವ್ಯಾಖ್ಯಾ ಪ್ರಕಟಿತಪರಬ್ರಹ್ಮತತ್ತ್ವಂಯುವಾನಂ
ವರ್ಷಿಷ್ಠಾಂತೇವಸದೃಷಿಗಣೈರಾವೃತಂ ಬ್ರಹ್ಮನಿಷ್ಠೈಃ |
ಆಚಾರ್ಯೇಂದ್ರಂ ಕರಕಲಿತ ಚಿನ್ಮುದ್ರಮಾನಂದಮೂರ್ತಿಂ
ಸ್ವಾತ್ಮರಾಮಂ ಮುದಿತವದನಂ ದಕ್ಷಿಣಾಮೂರ್ತಿಮೀಡೇ ||

ಪರಬ್ರಹ್ಮತತ್ತ್ವವನರುಹಿ ಮೌನವ್ಯಾಖ್ಯೆಯಲಿ ಯುವ
ಗುರು, ಬ್ರಹ್ಮನಿಷ್ಠ ಹಿರಿ ಋಷಿಗಣದಿ ಪರಿವೃತನಾಗಿ
ಇರುವ ಆಚಾರ್ಯೇಂದ್ರ ಆನಂದರೂಪಿ, ಚಿನ್ಮುದ್ರೆ-
ಕರದ ಸ್ವಾತ್ಮರಾಮ ದಕ್ಷಿಣಾಮೂರ್ತಿಗೆ ಶರಣು ||

ವಟವಿಟಪಿಸಮೀಪೇ ಭೂಮಿಭಾಗೇ ನಿಷಣ್ಣಂ
ಸಕಲಮುನಿಜನಾನಾಂ ಜ್ಞಾನದಾತಾರಮಾರಾತ್ |
ತ್ರಿಭುವನಗುರುಮೀಶಂ ದಕ್ಷಿಣಾಮೂರ್ತೀದೇವಂ
ಜನನಮರಣದುಃಖಚ್ಛೇದ ದಕ್ಷಂ ನಮಾಮಿ ||

ಆಲ ವಿಟಪಿಯ ಬುಡದ ನೆಲದಲ್ಲಿ ಗುರು ಕುಳಿತಿರುವ
ಎಲ್ಲ ಮುನಿಜನರೆದುರು ಜ್ಞಾನದಾತಾರನು ಒರೆವ
ಬಲ್ಲ ಜನನ-ಮರಣದ ಕ್ಲೇಶ ಭೇದನವ ದೇವೇಶ
ಎಲ್ಲ ತ್ರಿಭುವನದೊಡೆಯ ದಕ್ಷಿಣಾಮೂರ್ತಿ ನಮೋ ||

ಚಿತ್ರಂ ವಟತರೋರ್ಮೂಲೇ ವೃದ್ಧಃ ಶಿಷ್ಯಾಃ ಗುರುರ್ಯುವಾ |
ಗುರೋಸ್ತು ಮೌನವ್ಯಾಖ್ಯಾನಂ ಶಿಷ್ಯಾಸ್ತುಚ್ಛಿನ್ನಸಂಶಯಾಃ ||

ಚಕಿತಗೊಳಿಸುವ ದೃಶ್ಯ ಆಲತರುವಿನ ಬುಡದಿ
ಚಿಕ್ಕವಯಸಿನ ಗುರುವು, ವೃದ್ಧಶಿಷ್ಯರ ಗಣವು
ವ್ಯಾಖ್ಯಾನವೆಲ್ಲವನೂ ಮೌನದಲಿ ಗುರು ನೀಡೆ
ಸಕಲ ಸಂಶಯಗಳೂ ಕಳೆಯುತಿವೆ ಶಿಷ್ಯರಿಗೆ ||

ನಿಧಯೇ ಸರ್ವವಿದ್ಯಾನಾಂ ಭಿಷಜೇ ಭವರೋಗಿಣಾಮ್ |
ಗುರವೇ ಸರ್ವಲೋಕಾನಾಂ ದಕ್ಷಿಣಾಮೂರ್ತಯೇ ನಮಃ ||

ಸರ್ವವಿದ್ಯೆಗಳ ನಿಧಿ ನೀನು, ಹೇ ದೇವ
ಭವರೋಗಗಳ ತೊಡೆವ ಔಷಧಿಯು ನೀನು
ಸರ್ವಲೋಕಗಳಿಂಗೂ ಗುರುವಿರುವೆ ನೀನು
ದೇವ ದಕ್ಷಿಣಾಮೂರುತಿ ನಿನಗೆ ನಮಿಪೆ ||

ಓಂ ನಮಃ ಪ್ರಣವಾರ್ಥಾಯ ಶುದ್ಧ ಜ್ಞಾನೈಕಮೂರ್ತಯೇ |
ನಿರ್ಮಲಾಯ ಪ್ರಶಾಂತಾಯ ದಕ್ಷಿಣಾಮೂರ್ತಯೇ ನಮಃ ||

ಪ್ರಣವದ ಅರ್ಥರೂಪಿಯೆ ನಿನಗೆ ನಮಿಪೆ
ಪುನೀತ ಜ್ಞಾನೈಕ ಮೂರ್ತಿಯೇ ದೇವನೇ
ಶಾಂತಮೂರ್ತಿಯು ನೀನು, ನಿರ್ಮಲನು ನೀನು
ವಂದಿಸುವೆ ನಾ ನಿನಗೆ ದಕ್ಷಿಣಾಮೂರ್ತಿ ||

ಚಿದ್ಘನಮೂರುತಿ ನೀ, ಮಹೇಶ್ವರನು ನೀ

ಮುದದಿ ಆಲದ ಮೂಲದಾಲಯದಿ ಇರುವ

ಸದಾನಂದನೆ ಸಚ್ಚಿದಾನಂದ ರೂಪಿ

ಆದರದಿ ವಂದಿಪೆನು ದಕ್ಷಿಣಾಮೂರ್ತಿ ||

ಗುರುವೂ ಈಶ್ವರನೂ ಆತ್ಮನೂ ಆಗಿ

ತೋರುತಿಹ ಭೇದರೂಪದಲಿ ನೀನೋರ್ವ

ಇರುವೆ ವ್ಯಾಪಿಸಿ ವ್ಯೋಮದಂತೆಲ್ಲೆಲ್ಲೂ

ಗುರುವೆ ಹೇ ದಕ್ಷಿಣಾಮೂರ್ತಿ ಇದೋ ನಮಿಪೆ||

ಗುರುವೇ ಬ್ರಹ್ಮನೂ ಗುರುವೇ ವಿಷ್ಣುವೂ

ಗುರುವೇ ಆಗಿಹ ಮಹೇಶ್ವರ ದೇವನೂ

ಗುರುವೇ ಇರುವನು ಸಾಕ್ಷಾತ್ ಪರಬ್ರಹ್ಮ

ಶರಣು ನಾ ಬಂದೆನಾ ಗುರುವ ಚರಣದಲಿ||

‖ ದಕ್ಷಿಣಾಮೂರ್ತಿ ಸ್ತೋತ್ರಂ ‖

ವಿಶ್ವಂದರ್ಪಣ ದೃಶ್ಯಮಾನ ನಗರೀ ತುಲ್ಯಂ ನಿಜಾಂತರ್ಗತಂ
ಪಶ್ಯನ್ನಾತ್ಮನಿ ಮಾಯಯಾ ಬಹಿರಿವೋದ್ಭೂತಂ ಯಥಾನಿದ್ರಯಾ |
ಯಸ್ಸಾಕ್ಷಾತ್ಕುರುತೇ ಪ್ರಭೋಧಸಮಯೇ ಸ್ವಾತ್ಮಾನಮೇ ವಾದ್ವಯಂ
ತಸ್ಮೈ ಶ್ರೀಗುರುಮೂರ್ತಯೇ ನಮ ಇದಂ ಶ್ರೀ ದಕ್ಷಿಣಾಮೂರ್ತಯೇ ‖

ಕನ್ನಡಿಯೊಳಗಡೆ ಕಂಡಿಹ ದೃಶ್ಯದ ಸದೃಶವೇ ವಿಶ್ವ
ತನ್ನೊಳಗನೇ ಹೊರತೋರ್ಪುದು ಮಾಯೆಯು ನಿದ್ರೆಯಲಿದ್ದವೊಲು
ತನ್ನಾತ್ಮವೇ ಎಲ್ಲವೆಂದೆಚ್ಚರಗೊಳಲು ಸಾಕ್ಷಾತ್ ಅರಿವು
ನಿನ್ನಡಿ ಹರಣವು ಶರಣು ಹೇ ಗುರು ಕರುಣಿ ದಕ್ಷಿಣಾಮೂರ್ತಿ‖

ಬೀಜಸ್ಯಾಂತತಿ ವಾಂಕುರೋ ಜಗದಿತಂ ಪ್ರಾಙ್ನರ್ವಿಕಲ್ಪಂ ಪುನಃ
ಮಾಯಾಕಲ್ಪಿತ ದೇಶಕಾಲಕಲನಾ ವೈಚಿತ್ರ್ಯ ಚಿತ್ರೀಕೃತಮ್ |
ಮಾಯಾವೀವ ವಿಜ್ಯಂಭಯತ್ಯಪಿ ಮಹಾಯೋಗೀವ ಯಃ ಸ್ವೇಚ್ಛಯಾ
ತಸ್ಮೈ ಶ್ರೀಗುರುಮೂರ್ತಯೇ ನಮ ಇದಂ ಶ್ರೀ ದಕ್ಷಿಣಾಮೂರ್ತಯೇ ‖

ಬೀಜದಲಿ ಮೂಡಿದವೊಲು ಮೊಳಕೆ, ನಿರ್ವಿಕಲ್ಪದಿಂ ಬಂತು ಜಗ
ಸೃಜಿಸಲು ಮಾಯೆಯು ಕಾಲದೇಶಗಳ ಚಿತ್ರವೈಚಿತ್ರ್ಯ ಸೊಗ
ವಿಜ್ಯಂಭಿಪ ಮಹಾಯೋಗಿ ಸ್ವ ಇಚ್ಛೆಯ ಮಾಯಾವಿಯ ರೀತಿ
ಭಜಿಸುವೆನಿದೋ ಗುರುಮೂರ್ತಿಯ ನಮಿಪೆನು ಹೇ ದಕ್ಷಿಣಾಮೂರ್ತಿ‖

ಯಸ್ಯೈವ ಸ್ಫುರಣಂ ಸದಾತ್ಮಕಮಸತ್ಕಲ್ಪಾರ್ಥಕಂ ಭಾಸತೇ
ಸಾಕ್ಷಾತ್ತತ್ವಮಸೀತಿ ವೇದವಚಸಾ ಯೋ ಬೋಧಯತ್ಯಾಶ್ರಿತಾನ್ |
ಯಸ್ಸಾಕ್ಷಾತ್ಕರಣಾದ್ಭವೇನ್ನ ಪುರನಾವೃತ್ತಿರ್ಭವಾಂಭೋನಿಧೌ
ತಸ್ಮೈ ಶ್ರೀಗುರುಮೂರ್ತಯೇ ನಮ ಇದಂ ಶ್ರೀ ದಕ್ಷಿಣಾಮೂರ್ತಯೇ ||

ಯಾರ ಸ್ಫುರಣಶಕ್ತಿಯಿಂದ ಇರುವುದರಲಿರದುದು ತೋರಿತೋ
ಗುರುವದಾರನಾಶ್ರಯಿಸಲು 'ತತ್ವಮಸಿ' ಸಾಕ್ಷಾತ್ ತಿಳಿವುದೋ
ಅರಿವದಾಗಿ ಭವದ ಕಡಲ ಜನುಮ-ಮರಣ ವೃತ್ತವಿರದೋ
ಕರುಣಿ ಗುರುವೇ ನಾ ಶರಣು ನಿನಗೆ ಹೇ ದಕ್ಷಿಣಾಮೂರ್ತಿಯೆ||

ನಾನಾಛಿದ್ರ ಘಟೋದರ ಸ್ಥಿತ ಮಹಾದೀಪ ಪ್ರಭಾಭಾಸ್ವರಂ
ಜ್ಞಾನಂ ಯಸ್ಯ ತು ಚಕ್ಷುರಾದಿಕರಣ ದ್ವಾರಾ ಬಹಿಃ ಸ್ಪಂದತೇ |
ಜಾನಾಮೀತಿ ತಮೇವ ಭಾಂತಮನುಭಾತ್ಯೇತತ್ಸಮಸ್ತಂ ಜಗತ್
ತಸ್ಮೈ ಶ್ರೀ ಗುರುಮೂರ್ತಯೇ ನಮ ಇದಂ ಶ್ರೀ ದಕ್ಷಿಣಾಮೂರ್ತಯೇ ||

ನಾನಾ ಭಿದ್ರವಿಹ ಘಟದಲ್ಲಿಟ್ಟ ಮಹಾದೀಪದ ರೀತಿ
ಕಣ್ಣುಗಳಾದಿ ಕರಣಗಳಿಂದಲಿ ಹೊರಹೊಮ್ಮುವುದು ಜ್ಞಾನ
'ನಾನೇ ಅದು' ಎಂಬರಿವಿನ ಬೆಳಕೇ ಲೋಕದಿ ಪ್ರತಿಫಲಿತ
ನೀನೇ ಗತಿ ಹೇ ಗುರುವೇ ನಮಿಪೆನು ಶ್ರೀ ದಕ್ಷಿಣಾಮೂರ್ತಿ||

ದೇಹಂ ಪ್ರಾಣಮಪೀಂದ್ರಿಯಾಣ್ಯಪಿ ಚಲಾಂ ಬುದ್ಧಿಂ ಚ ಶೂನ್ಯಂ ವಿದುಃ
ಸ್ತ್ರೀ ಬಾಲಾಂಧ ಜಡೋಪಮಾಸ್ತ್ವ ಹಮಿತಿ ಭ್ರಾಂತಾಭೃಶಂ ವಾದಿನಃ |
ಮಾಯಾಶಕ್ತಿ ವಿಲಾಸಕಲ್ಪಿತ ಮಹಾವ್ಯಾಮೋಹ ಸಂಹಾರಿಣೇ
ತಸ್ಮೈ ಶ್ರೀ ಗುರುಮೂರ್ತಯೇ ನಮ ಇದಂ ಶ್ರೀ ದಕ್ಷಿಣಾಮೂರ್ತಯೇ ||

ದೇಹೇಂದ್ರಿಯ, ಸಕ್ರಿಯ ಬುದ್ಧಿ, ಪ್ರಾಣ ಅಥವ ಶೂನ್ಯ
ಅಹುದು ತಾನೆಂಬುವರು ಭ್ರಾಂತ ಸ್ತ್ರೀ, ಅಂಧ, ಬಾಲರ ರೀತಿ
ಮಹಾ ವ್ಯಾಮೋಹವಿದು ಮಾಯಾಶಕ್ತಿಯ ವಿಲಾಸವಿದನು
ಸಂಹರಿಸುವ ಗುರುಮೂರ್ತಿ ನಮೋ ಹೇ ಶ್ರೀ ದಕ್ಷಿಣಾಮೂರ್ತಿ||

ರಾಹುಗ್ರಸ್ತ ದಿವಾಕರೇಂದು ಸದೃಶೋ ಮಾಯಾ ಸಮಾಚ್ಛಾದನಾತ್
ಸನ್ಮಾತ್ರಃ ಕರಣೋಪ ಸಂಹರಣತೋ ಯೋಭೂತ್ಸುಷುಪ್ತಃ ಪುಮಾನ್ |
ಪ್ರಾಗಸ್ವಾಪ್ಸ್ಮಿತಿ ಪ್ರಭೋದಸಮಯೇ ಯಃ ಪ್ರತ್ಯಭಿಜ್ಞಾಯತೇ
ತಸ್ಮೈ ಶ್ರೀ ಗುರುಮೂರ್ತಯೇ ನಮ ಇದಂ ಶ್ರೀ ದಕ್ಷಿಣಾಮೂರ್ತಯೇ ||

ರಾಹು ಕವಿದ ದಿವಾಕರ-ಚಂದ್ರರ ತೆರದಿ ಮಾಯೆಯ ಮುಸುಕಿನಲಿ
ಇಹನು ಸುಷುಪ್ತಿಯಲ್ಲಿಹ ಜೀವನು ಕರಣಗಳುಪಸಂಹರಿಸಿ
ಬಹುದರಿವಿಗೆ ನಿದ್ರೆಯಲಿದ್ದಿಹ ಸ್ಥಿತಿ ಎಚ್ಚರಗೊಂಡೊಡನೆ
ಮಹಗುರುವೇ ನಿನ್ನಡಿ ವಂದಿಪೆನಿದೋ ಶ್ರೀ ದಕ್ಷಿಣಾಮೂರ್ತಿ||

ಬಾಲ್ಯಾದಿಷ್ವಪಿ ಜಾಗ್ರದಾದಿಷು ತಥಾ ಸರ್ವಾಸ್ವವಸ್ಥಾಸ್ವಪಿ
ವ್ಯಾವೃತ್ತಾ ಸ್ವನು ವರ್ತಮಾನ ಮಹಮಿತ್ಯಂತಃ ಸ್ಫುರಂತಂ ಸದಾ |

ಸ್ವಾತ್ಮಾನಂ ಪ್ರಕಟೀಕರೋತಿ ಭಜತಾಂ ಯೋ ಮುದ್ರಯಾ ಭದ್ರಯಾ
ತಸ್ಮೈ ಶ್ರೀ ಗುರುಮೂರ್ತಯೇ ನಮ ಇದಂ ಶ್ರೀ ದಕ್ಷಿಣಾಮೂರ್ತಯೇ ||

ಬಾಲ್ಯಾದಿಗಳಲಿ, ಜಾಗ್ರತಾದಿಗಳಲಿ, ಸರ್ವ ಅವಸ್ಥೆಯಲಿ
ಎಲ್ಲ ಸ್ಥಿತಿ ಅನುಭವದಲೂ ನಾನೆಂಬೊಳಗಿನ ಬೆಳಕಾಗಿ
ಒಲಿದು ಭಕುತರಿಗೆ ತನ್ನಿರಿವ ಪ್ರಕಟಿಸುತ ಶುಭ ಮುದ್ರೆಯಲಿ
ಬಲ್ಲಿದನಿಹ ಗುರುಮೂರ್ತಿಯೇ ನಮೋ ಹೇ ದಕ್ಷಿಣಾಮೂರ್ತಿ||

ವಿಶ್ವಂ ಪಶ್ಯತಿ ಕಾರ್ಯಕಾರಣತಯಾ ಸ್ವಸ್ವಾಮಿಸಂಬಂಧತಃ
ಶಿಷ್ಯಾಚಾರ್ಯತಯಾ ತಥೈವ ಪಿತೃ ಪುತ್ರಾದ್ಯಾತ್ಮನಾ ಭೇದತಃ |
ಸ್ವಪ್ನೇ ಜಾಗ್ರತಿ ವಾ ಯ ಏಷ ಪುರುಷೋ ಮಾಯಾ ಪರಿಭ್ರಾಮಿತಃ
ತಸ್ಮೈ ಶ್ರೀ ಗುರುಮೂರ್ತಯೇ ನಮ ಇದಂ ಶ್ರೀ ದಕ್ಷಿಣಾಮೂರ್ತಯೇ ||

ಕಾರ್ಯ-ಕಾರಣಗಳೆನುವುದು ಲೋಕ ಪರಿಪರಿ ಸಂಬಂಧಗಳ
ಪುರುಷನು ಜಾಗೃತಿ-ಸ್ವಪ್ನಗಳಲಿ ಮಾಯಾಮೋಹಕೆ ಸಿಲುಕಿ
ಗುರು-ಶಿಷ್ಯರ, ಪಿತ-ಪುತ್ರರ - ಭ್ರಮಿಸುವ ತರತರ ಭೇದಗಳ
ಗುರುಮೂರ್ತಿಯ ನಿನ್ನ ಚರಣಕೆ ಶರಣು ಶ್ರೀ ದಕ್ಷಿಣಾಮೂರ್ತಿ||

ಭೂರಂಭಾಂಸ್ಯನಲೋನಿಲೋಂಬರಮಹರ್ನಾಥೋ ಹಿಮಾಂಶುಃ
ಪುಮಾನ್
ಇತ್ಯಾಭಾತಿ ಚರಾಚರಾತ್ಮಕಮಿದಂ ಯಸ್ಯೈವ ಮೂರ್ತ್ಯಷ್ಟಕಮ್ |

ನಾನ್ಯತ್ಕಿಂಚನ ವಿದ್ಯತೇ ವಿಮೃಶತಾಂ ಯಸ್ಮಾತ್ಪರಸ್ಮಾದ್ವಿಭೋ
ತಸ್ಮೈ ಗುರುಮೂರ್ತಯೇ ನಮ ಇದಂ ಶ್ರೀ ದಕ್ಷಿಣಾಮೂರ್ತಯೇ ||

ನೆಲ, ಅನಿಲ, ಜಲ, ಅನಲ, ಅಂಬರ, ರವಿ, ಶಶಿ, ಪ್ರಜ್ಞೆಗಳೆಂಬ
ಎಲ್ಲ ಚರಾಚರ ರೂಪಗಳು ಈ ಎಂಟರಿಂದಲೊಡಮೂಡೆ
ಬಲ್ಲವರೆಂಬರು ಎಲ್ಲದೊಳಿರುವ ಪರಮ ವಿಭುವು, ಬೇರಿಲ್ಲ.
ಸಲಿಸುವೆ ನಾ ನಮನವ ಗುರುಮೂರ್ತಿ ಶ್ರೀ ದಕ್ಷಿಣಾಮೂರ್ತಿ||

ಸರ್ವಾತ್ಮತ್ವಮಿತಿ ಸ್ಫುಟೀಕೃತಮಿದಂ ಯಸ್ಮಾದಮುಷ್ಮಿನ್ ಸ್ತವೇ
ತೇನಾಸ್ಯ ಶ್ರವಣಾತ್ತದರ್ಥ ಮನನಾದ್ಧ್ಯಾ ನಾಚ್ಚ ಸಂಕೀರ್ತನಾತ್ |
ಸರ್ವಾತ್ಮತ್ವಮಹಾವಿಭೂತಿ ಸಹಿತಂ ಸ್ಯಾದೀಶ್ವರತ್ವಂ ಸ್ವತಃ
ಸಿದ್ಧ್ಯೇತ್ತತ್ಪುನರಷ್ಟಧಾ ಪರಿಣತಂ ಚೈಶ್ವರ್ಯಮವ್ಯಾಹತಮ್ ||

ಇಂತೀ ಕೃತಿಯಲಿ ಆತ್ಮತತ್ವವದೇ ನಿಚ್ಚಳಗೊಂಡಿಹುದು
ಮುಂದಿದನಾಲಿಸಿ ಅರ್ಥ್ಯೆಸುತ, ಯೋಚಿಸಿ, ಧ್ಯಾನಿಸಿ, ಕೀರ್ತಿಸುತ
ಹೊಂದುವೆ ಸರ್ವಾತ್ಮತ್ವ ವಿಭೂತಿಯನೂ, ಈಶ್ವರತ್ವವನೂ
ಅಂತಲ್ಲದೇ ಅಷ್ಟಸಿದ್ಧಿ – ಅನವರತೈಶ್ವರ್ಯವನೂ ||

|| ಇತಿ ಶ್ರೀಮಚ್ಛಂಕರಾಚಾರ್ಯವಿರಚಿತಂ ದಕ್ಷಿಣಾಮೂರ್ತಿಸ್ತೋತ್ರಂ
ಸಂಪೂರ್ಣo||